કિરણ બેદી

શીર્ષસ્થ મહિલા પોલિસ ઑફિસર બનવાની ગાથા

અમારામાંથી ચાર લોકોનો જન્મ પવિત્ર શહેર અમૃતસરમાં થયો હતો. આ શહેર સુવર્ણ મંદિર, દુર્ગિયાના મંદિર, જલિયાવાલા બાગ અને અન્ય સ્થળો માટે પ્રસિદ્ધ છે.

અમારા આસ્થાવાદી પરિવારના સંસ્કાર અમને અમારા માતા-પિતાની સાથે વિભિન્ન પવિત્ર સ્થળોની સહેલ કરાવતા હતા.

અમૃતસર શહેરે કિરણને ભાવિ સહિષ્ણુતા, શક્તિ અને ઊર્જા પ્રદાન કરીને એને એ બનાવી, જે આજે તેઓ છે.

કિરણને પ્રેમથી અમે કિની દીદી કહીએ છીએ. અમારા ખાનદાની મકાનની પાસે એક બગીચામાં એનું બાળપણ, બાહ્ય ક્રિયા-કલાપો, રમતો અને અમારી સાથે મસ્તીમાં પસાર થતું હતું.

...ત્યારે અમને ખબર ન હતી કે, તે અમારું રમતનું મેદાન જલિયાવાલા બાગની નજીક જ છે, જ્યાં ભારતની સ્વતંત્રતા માટે શહીદોએ પોતાના પ્રાણ ન્યોછાવર કર્યા હતા...! અહીં જ સ્વતંત્ર ભારત એક દિવસ સાક્ષી પણ બનશે કિરણને પ્રથમ મહિલા ભારતીય પોલિસ અધિકારી બનતા જોવામાં, જે પોતાની નિર્ભીકતા અને કાનૂન લાગૂ કરવાની પટુતા માટે પ્રસિદ્ધ થશે.

અમારા પરદાદા એક ધનવાન વેપારી હતા, જેઓ ૧૮૬૦માં પેશાવરથી અમૃતસર આવ્યા હતા. પેશાવર તો હવે પાકિસ્તાનમાં છે. પેશાવરથી આવવાને કારણે જ અમારા પરિવારને પેશાવરિયા કહેવામાં આવવા લાગ્યો.

લાલા હરગોવિંદ પેશાવરિયા

મુનીલાલ પેશાવરિયા અને પ્રીતમ કૌર

બિશનદાસ અરોરા અને કૃપાલ કૌર

લાલા હરગોવિંદ ધાર્મિક પ્રવૃત્તિના વેપારી હતા, જેમણે કેટલીય ધર્મશાળાઓ બનાવડાવી, જેમને પેશાવરિયા ધર્મશાળા કહેવામાં આવતી હતી. એમાંથી ઉત્તર ભારતના વિભિન્ન નગરોથી આવવાવાળા તીર્થ યાત્રી રોકાતા હતા.

અમારા માતા-પિતા પ્રકાશ લાલ અને પ્રેમલતા પેશાવરિયા

આજે આ ધર્મશાળાઓની સારસંભાળ એક પેશાવરિયા ટ્રસ્ટ કરે છે.

અમારા દાદાજી, શ્રી મુનીલાલ પેશાવરિયા વારસાથી જ અમૃતસરના એક ધનાઢ્ય અને પ્રભાવશાળી વેપારી હતા. જેમની શહેરમાં ખૂબ જ ધન-સંપદા હતી અને વેપારિક ઉદ્યમ હતા.

સર્વિસ ક્લબ, અમૃતસર

તેઓ અમૃતસરની ઊંચી ક્લબોના સદસ્ય હતા. એમણે આ સુવિધા પોતાના ચાર પુત્રોમાંથી ફક્ત એકને જ આપી- પ્રકાશને (અમારા પિતાજીને)

તે સમજતા નહીં કે મારા ત્રણ સ્કૂલ જવાવાળા બાળકો છે.

પ્રકાશ! આ લે તું, તારા મહીનાના ખર્ચની રકમ.

અમારા દાદાજીનો તર્ક હતો કે, જે તેઓ આપે છે, તે વધારે આથી છે કે બાકી ખર્ચા- ખાવા-પીવાના અને ક્લબના બિલોની

શિક્ષિત હોવા છતાં એમનો વર્તાવ સામંતશાહી અને બધા પર કબ્જો રાખવાવાળો હતો. તેઓ એ સુનિશ્ચિત કરતા હતા કે, આ થોડા મહીનાના ખર્ચમાં મારા પિતા એમના માટે કામ કરતા રહેશે.

અમારા દૂરંદેશ માતા-પિતાએ અમને અભ્યાસ માટે સૈક્રેડ હાર્ટ કોન્વેન્ટ સ્કૂલમાં જ મોકલવા યોગ્ય સમજ્યા. આ સ્કૂલ અમારા ઘરથી ૧૪ કિલોમીટર દૂર હતી અને સર્વોત્તમ પણ સૌથી મોંઘી સ્કૂલ માનવામાં આવતી હતી.
જ્યારે અમે મોટા થયા તો અમારા ખિસ્સા ખર્ચનું ભથ્થું અમારી ફીસની ચુકવણી માટે ઓછી પડવા લાગ્યું.
આ વખતે પણ તારી ફીસ વિલંબથી આવી રહી છે.
સિસ્ટર હું આગલા મહીને જરૂર જમા કરી દઈશ.
વધતા ખર્ચાઓના માર્યા પરેશાન થતાં અમારા પિતાજીને જોઈને દાદાજીએ એક દિવસ એમનાથી કહ્યું:
પાપાજી:
અત્યાર સુધી તમે મારા માટે બધા નિર્ણય કરતા હતા અને હું એમને માનતો રહ્યો છું. પણ હું તમને મારી પુત્રીઓ વિશે આ નિર્ણય કરવા નહીં દઉં.
પ્રકાશ:
આપણા ઘરના પાડોશમાં જ એક મફત સ્કૂલ છે. તું પોતાની પુત્રીઓને ત્યાં કેમ નથી મોકલતો ખરે...એમના લગ્નમાં દહેજમાં આપવા માટે તો પરિવારની પાસે ખૂબ જ સંપદા છે.
તો પછી તું પોતાનો ખર્ચો ખુદ જ સંભાળી લે. હું તને કોઈ આર્થિક મદદ નહીં આપું.
પ્રેમ!
જીવનમાં પહેલીવાર આજે મેં પોતાના પિતાની વાત ન માનવાનું સાહસ બતાવ્યું છે. મારી પુત્રીઓની પરવરિશ અલગ રીતથી થશે.
ભલે કંઈ પણ થાય, પુત્રીઓના અભ્યાસની બાબતમાં કોઈ સમાધાન નહીં કરું. હું ઈચ્છું છું કે, મારી પુત્રીઓ આપવાવાળી બને-સહાયતા લેવાવાળી નહીં.
એના પછી અમારા પિતાજી વીમાનું કામકરવા લાગ્યા. અમારા નાના-નાનીએ અમારી સ્કૂલની ફીસ આપવાનું શરૂ કર્યું. થોડા સમય પછી અમારા માતા-પિતાને વસિયતમાં પારિવારિક સંપદાનો ખૂબ મોટો હિસ્સો મળ્યો.

કિરણમાં નેતૃત્વના ગુણ ખૂબ જ પહેલાંથી નજરે પડવા લાગ્યા. તે મહેનતી અને જોશીલી હતી, આથી સ્વાભાવિક જ હતું કે તે શિક્ષકોની પ્રિય બની જતી.

હે પ્રભુ! મને એવી બનાવો કે મારા માતા-પિતા મારા પર ગર્વ કરી શકે.

ભલે ધોમધખતો તાપ હોય કે મુશળાધાર વરસાદ, અમારા પિતાજી અમને સાઇકલ પર રોજ સ્કૂલ લઈ જતા. અમને અને ખાસ કરીને કિરણની સમજમાં આવવા લાગ્યું હતું કે, અમને સારી તકો ઉપલબ્ધ કરાવવા માટે અમારા માતા-પિતા કેટલાં બલિદાનો આપી રહ્યા છે.

હું ક્યારેય એમના પરસેવાની એક બૂંદ પણ વ્યર્થ નહીં જવા દઉં.

સ્કૂલ પછી દરરોજ ટેનિસ ક્લબ જવા માટે અમને સવારીની શોધ રહેતી, જે અમારા ઘરના અંતરથી અડધા અંતર પર હતી. પછી ભલે કોઈ મિત્રથી લિફ્ટ લેવાની હોય અથવા બસ પકડવાની હોય, અમે બહેનો દરેક પ્રકારથી પ્રયત્ન કરતાં.

ઉદ્યમશીલ અને સર્જનાત્મક હોવું ઘર સુધી પહોંચવા સુધી જ મર્યાદિત ન હતું- કેટલાય કામ એક સાથે કરવાનું હુનર પેદા કરવું જરૂરી હતું- ૨૪ કલાકોમાં જ અમારે સ્કૂલ પણ જવાનું હતું, સારા વિદ્યાર્થી પણ થવાનું હતું અને પ્રતિસ્પર્ધાપૂર્ણ ટેનિસમાં જૌહર બતાવવાનું પણ શીખવાનું હતું.

ભલે પોતાનું હોમવર્ક પૂરું કરવાનું હોય કે ટેનિસ કોર્ટમાં પોતાનો વારો આવે એની પ્રતીક્ષા કરવાની હોય, અથવા…

…ઘેર પાછા આવતા છેડછાડ કરવાવાળાઓથી નિપટવાનું હોય. અમે ઓછી આયુમાં જ મજબૂત અને આત્મ-નિર્ભર થવાનું શીખવા લાગ્યા. અમારી પરવરિશમાં હકીકતમાં કોઈ પાબંદી લગાવવામાં આવી ન હતી.

રાત્રિનું ભોજન ફક્ત અમારી માતા દ્વારા બનાવેલા સ્વાદિષ્ટ વ્યંજનોનો સ્વાદ લેવાનું જ માધ્યમ ન હતું...
અમે દિવસભરની વાતો આપસમાં એક-બીજાને બતાવતા અને મજા લેતા હતા.
ઘરમાં અમે બધા ઘરના કામમાં એક-બીજાની મદદ કરતા...ભલે પોતું લગાવવાનું હોય...
...અથવા ડેડીની બાઈકની સફાઈ કરવાની હોય.
પોષણ ફક્ત ભોજન સુધી જ મર્યાદિત ન હતું...
કિરણને યાદ છે કે, ક્યારેક-ક્યારેક અમારા પિતા બત્તીઓ બંધ થઈ ગયા પછી પણ આવીને પોતાના પ્રેરક વિચારોને એની સાથે એને જગાવીને કહ્યા કરતા હતા. તેઓ તો રાત્રે મોડે સુધી વાંચતા રહેતા હતા.
આ નાની-નાની 'વાતો', એને જોશીલી રાખતી અને પ્રેરણા પ્રદાન કરતી રહેતી હતી.

ખૂબ જ કાચી ઉંમર પર જ કિરણની સમજમાં આવી ગયું હતું કે, જો કોઈની મદદ કરવી હોય, તો પ્રભાવશાળી વ્યક્તિત્વ પ્રાપ્ત કરવું જરૂરી છે. એક દિવસે અમારી દૂધવાળી સ્ત્રી રોતા-રોતા આવી- કેમ કે પોલિસે એના પતિની એક આરોપસર ધરપકડ કરી લીધી હતી.

Babuji, my husband is innocent. Please save him!

કિરણે જોયું કે, એના પિતાએ એરિયા ઑફિસરને ફોન લગાવ્યો, પ્રામાણિકતાથી હસ્તક્ષેપ કરવાનું કહેવા માટે.

ઑફિસર! આ માણસ નિર્દોષ છે. કૃપા કરી સુનિશ્ચિત કરો કે, એની સાથે કોઈ અન્યાય ના થાય.

હે ભગવાન! મને એવી બનાવો કે, હું પોતાના પ્રભાવથી પરેશાન લોકોની મદદ કરી શકું.

અને કામ બની ગયું. સાંજ થતાં-થતાં એ સ્ત્રીનો પતિ ઘેર પાછો આવી ગયો.

અન્ય એ ઘટનાઓ, જેણે અમને પ્રભાવિત કરી હતી, લગ્નો હતા. જ્યારે અમે ડેડીથી પૂછ્યું કે આટલું વૈભવ પ્રદર્શન કેમ છે કે દરેક તરફ કિંમતી ઘરેલૂ વસ્તુઓ બતાવવામાં આવી છે, તો એમણે બતાવ્યું કે, આ દહેજનો સામાન છે, જે વર અને એના પરિવારે માંગ્યો છે.
ા બેટા! આ એ પરિવાર કરવા પર મજબૂર હોય છે, જે વર પક્ષની માંગો માને છે અને જેમની કન્યાઓમાં વિરોધ કરવાનું સાહસ નથી હોતું.
શું દરેક છોકરીના લગ્ન આટલા કિંમતી સામન આપીને જ થઈ શકે છે.
માઁ! અમને ઘેર પાછા લઈ ચાલો. મને અહીંયા કશું પણ સારું નથી લાગી રહું. અહીંયા પર અમારી ખાવા-પીવાની બિલ્કુલ પણ ઇચ્છા નથી.
એ રાત્રે કિરણ તો સૂઈ પણ ના શકી... એને ચિન્તા હતી કે, શું આ જ એની સાથે પણ થશે. તે પણ તો એક છોકરી છે.
સૂઈજા કિન્ની બેટા! ચિન્તા ના કરીશ...આ બધું તારી સાથે નથી થવાનું- ના તારી બહેનોની સાથે થશે. તમારા લોકોનો ઉછેર અલગ રીતથી થયો છે. તમે લોકો તો આપવાવાળી બનશો, મેળવવાવાળી નહીં.

કિરણ તો હંમેશાં સ્પષ્ટ વિચારોવાળી રહી છે... તો એણે બીજી સ્કૂલમાં પ્રવેશ તો લઈ લીધો, જ્યાં એણે સાયન્સની સાથે હિન્દીનો વિષય લઈને ડબલ પ્રમોશન મેળવ્યું અને પોતાના વરિષ્ઠોના મુકાબલે એક વર્ષથી ઓછા સમયમાં આગળ વધી ગઈ.

એક દિવસે ટેનિસ રમતાં-રમતાં એને લાગ્યું કે, મોટા વાળ વધારે અસુવિધા પેદા કરે છે - ખાસ કરીને ગરમીઓમાં. કિરણ વ્યવહાર-બુદ્ધિવાળી હતી. એને પરવાહ ન હતી કે, તે કેવી લાગે છે - તે ઇચ્છતી હતી કે, એને અ સુવિધા ન થાય.
હું તો ઇચ્છું છું કે, આ લાંબા વાળોથી મુક્તિ મેળવું- અહીંયા આંખો પર પડતા રહે છે.
એને ખૂબ નમ્રતાથી મમ્મીથી એની અનુમતિ ઇચ્છી. મમ્મી અમારી સાથે રોજ સાંજે ટેનિસ કોર્ટમાં આવતી હતી.
મમા! શું હું પોતાના વાળ કપાવી લઉં. આનાથી ખૂબ પરેશાની થાય છે.
ઠીક છે બેટા.. .. કપાલી લે.
ડોગરા
હેયર ડ્રેસર અમૃતસર
...કિરણે જલ્દીથી રસ્તો પાર કર્યો અને પોતાના પિતાજીના હેયર ડ્રેસરથી વાળ કાપવાનું કહ્યું.
ડોગરાજીએ એ સ્ટાઇલમાં વાળ કાપ્યા, જે એમને આવડતી હતી... 'બોય કટ!'
પાતલૂન પહેરીને તો કિરણ બિલ્કુલ છોકરાઓ જેવી લાગતી હતી અને છોકરીઓ માટે ખતરનાક સ્થિતિમાં તે છોકરો લાગવાને કારણે સાફ નિકળી જતી હતી.
ઓય! તૂં છોકરો છે કે છોકરી.
તારી આંખો છે કે બટન?

તાકાત અને લિંગ ભેદને કારણે થવાવાળા ભ્રમથી કિરણને ખૂબ ચિડ થતી હતી. એને યાદ છે કે, આ જ કારણોથી સેક્રેટરીની ઓફિસથી રેલયાત્રાનું કન્સેશન લેવા માટે કલાકો રાહ જોવી પડતી હતી.

આ ભ્રમ એટલે સુધી જ મર્યાદિત ન હતો. છોકરી હોવાને કારણે છોકરાઓના મુકાબલે ટેનિસ રમવામાં ખૂબ ઓછું ભથ્થું મળતું હતું. અન્યાયને ક્યારેય સહન ન કરવાવાળી કિરણે કડકાઈથી પ્રતિરોધ જતાવ્યો અને અંતે છોકરીઓને પણ યોગ્ય ભથ્થું અપાવીને જ દમ લીધો.

જ્યારે કે અન્ય છોકરીઓ પોતાના સમાજમાં ઘુસવાની તૈયારી-લગ્ન વગેરે માટે વ્યસ્ત હતી, ત્યારે કિરણ ખુદને હરફન મૌલા બનાવવાની પૃષ્ઠભૂમિ તૈયાર કરી રહી હતી, જે તે બની પણ.

એણે ભારત-પાક.ના સન્ ૧૯૬૫ના યુદ્ધમાં લોહી પણ દાન કર્યું અને હોસ્પિટલોમાં સ્વયં સેવક બનીને સેવાઓ પણ આપી...

ડિબેટિંગ સોસાયટી

... વાદ-વિવાદ પ્રતિસ્પર્ધાઓ પણ જીતી અને ભાષણ પ્રતિસ્પર્ધાઓ પણ.

...તે વિદ્યાર્થી પરિષદમાં પ્રતિનિધિ પણ બની.

તેમજ એથલેટીક્સમાં પણ ખૂબ જામીને ભાગ લીધો.

એથલેટીક્સ સોસાયટી

...અને કેટલાય પ્રકારની રમતોમાં વિવિધ ટ્રોફી પ્રાપ્ત કરી.

...તે નેશનલ કૅડેટ કોર્પ (એન.સી.સી.)ની બેસ્ટ કેન્ડેટ પસંદ થઈ.

કોલેજના ડ્રામા વગેરેમાં પણ ભાગ લીધો...

અને કોલેજમાં સર્વોત્તમઓલ રાઉન્ડર (હરફન મૌલા)ની ટ્રોફીઓ પણ પ્રાપ્ત કરી.

કિરણ આ બધું જ કરી રહી હતી.

A.I. GIRLS' LAWN TENNIS 1967.

Miss Kiran Peshawria Wins Singles Title

From Our Correspondent

AMRITSAR, Feb. 4 — Carmichael (Australia) and Elsenbroich (Germany) today entered the singles final of the Punjab Lawn Tennis Championships beating Orlander (Sweden No. 2) and Mabrouk Ali (UAR) 6-3, 6-8, 6-4, 6-3 and 6-4, 6-4, 6-4, 9-7, respectively.

Miss Kiran Peshawria won the singles final of the All-India National Girls' Lawn Tennis Championships beating Miss Shobha Pawar 6-2, 6-3. Incidentally, it was wrongly reported in yesterday's results that Miss Kiran Peshawria had beaten Miss Rita Surayya. Actually, Miss Surayya beat Miss Peshawria 5-7, 6-4, 7-5 in the women's singles semi-finals.

The following are the results:

Men's Singles: Carmichael b Orlander 6-3, 6-8, 6-4, 6-3; Elsenbroich b Mabrouk Ali 6-4, 6-4, 9-7.

Men's Doubles (semi-finals): Balram Singh and G. Misra b Akbari and Namati 6-3, 6-2; Carmichael and Mabrouk Ali versus Vinay Dhawan and Shyam Minotra unfinished with one set all and 5-5 in the third set.

Boys' Juniors (over 14) singles (semi-finals): G. Misra b Om Prakash 6-2, 12-10; Nemati b Narendra Singh 3-6, 6-... .

Boys' Juniors Doubles (Semi-finals): Narendra Singh and Misra b Mukherji and Nemati 6-3, 3-6, 6-3; Ranade and S. Menon b Om Prakash and Vijay Dhawan 6-3, 6-0.

Boys' Juniors (under 14) semi-finals: B. K. Goswami b Jasbir Singh 6-3, 6-0; Pawan Bhatia b Kishen Verma.

Girls' Singles (Final): Miss Kiran Peshawria b Miss Shobha Pawar 6-2, 6-3.

Mixed Doubles (Semi-finals): Miss Kiran Peshawria and Balram Singh b Mrs. P. Gupta and Elsenbroich 6-2, 6-3.

Punjab girls retain Varsity Tennis title

BANGALORE, December 21.

PLAYING scintillating Tennis Kiran Peshwaria, skipper of Punjab, helped her team retain the title which they won last year at Waltair by claiming the last reverse singles against Udaya Kumar after her sister Rita Peshwaria had made short work of Jayanthi in the first singles in the All-India Inter-University Tennis Tournament final for women at the Mahila Seva Samaj courts this morning. Punjab won 3-2.

With the scores at 2-all all interest was focussed on the Kiran vs. skipper Udaya Kumar tie and rightly so for it turned out to be the best and most thrilling match of the day.

True to expectations, a high standard of tennis was dished up in the encounter with 19-year-old Kiran Peshwaria, winner of the National junior title in 1967, Rewalsar and Haryana State titles in 1969 and brand new champion of the recently concluded Delhi Championships, seeing the cynosure of all eyes present.

Playing rennovations, Kiran lost the first set at 6-1 in 56 minutes, capitalising on the disappointing mistakes committed by Udaya who shone only in patches. It was only in the eighth game that Udaya's great defence machine saw creaking when she fully extended her rival before losing the game.

MORE SPORTS NEWS ON PAGE 19

Kiran Peshawaria Whips Yugoslav Girl To Win Title

(14) THE SUNDAY TRIBUNE, DECEMBER 14, 1969

NEW DELHI, Dec. 13 (UNI, PTI)—Top-seeded Kiran Peshawaria, of Punjab, won the women's singles title in the Delhi State Lawn Tennis Championships when she whipped Ivesa Skaja, of Yugoslavia, 7-5 6-4 here today.

The penultimate day of the National Juniors and Delhi State Lawn Tennis Championships began on a disappointing note when the top-seeded Anand Amritaraj conceding a walk-over to his younger brother Vijay in the junior singles.

Anand said he was not fully fit and, in a result, the match looked forward to match between the two Tigers fell through. Anand led off the first set 6-3 and was leading 4-1 when he withdrew.

But the day's best match was the singles semi-final between second-seeded Enrico Ferrario of Yugoslavia and fourth-seeded Vijay Amritaraj.

In a hotly-contested four-setter the Yorodian won 6-1, 6-4, 1-6, 6-1. He will now meet top-seeded Balram Singh in the final tomorrow.

Vijay, for his part, produced some brilliant strokes, particularly from the base line, where his driving was both deep and accurate off the forehand and backhand.

The women's singles final never struck true to expectations. Kiran Peshawaria and Energy made short work of a base-line duck in the final set which eased up to its paces. It, which have started tighter had Skaja, though broken through Skaja's service in the sixth game, been able to keep her strokes steady in the next. She lost that game but made sure of the match when Skaja served the 8th game.

The second set was a tame affair while Kiran winning 6-4 Anita Kiran broke Skaja's service in the first set and 4th game with some forehand and backhand shots and clever placings to win the match in less than 45 minutes.

કેમકે અમે બધી બહેનો હંમેશાં સફેદ સ્કર્ટ અને સફેદ બુશશર્ટમાં જ ટેનિસ મેચોમાં ભાગ લેવા જતી હતી, આથી અમને એક મજાકિયું શીર્ષક આપવામાં આવ્યું 'પંજાબ બ્રધર્સ':

'ધી પંજાબ બ્રધર્સ' પ્રાન્તના ગર્વ અને હર્ષનું કારણ બની ગયું હતું.

ખાસ કરીને જયારે ઓલ ઇન્ડિયા ઇન્ટર યૂનિવર્સિટી વૂમેન્સ ટેનિસ ચેમ્પિયનશીપની ટ્રોફી ઉત્તરથી અમારા પ્રાન્તમાં આવી- ત્રણ સતત વિજયો પછી- પહેલીવાર વાઈ જૈગથી ૧૯૬૮માં, પછી બેંગલોરથી ૧૯૬૯માં અને ત્રીજી વખત જબલપુરથી ૧૯૭૦માં.

શાબાશ
'પંજાબ બ્રધર્સ.'

''આ આકાશવાણી છે. આજની સ્પોર્ટ્સ ન્યૂઝ છે, પંજાબ યૂનિવર્સિટીએ આ વર્ષે પણ ટેન્નિસનું ટાઈટલ પોતાની પાસે જ જાળવી રાખ્યું, જ્યારે પેશાવરિયા બહેનોએ કર્ણાટિક યૂનિવર્સિટીને એક ટક્કરની મેચમાં હરાવી.
એ દિવસોમાં રેડિયો જ તુરંત સમાચાર મેળવવાનું એક માત્ર સાધન હતું- એના પછી જ અખબારો અને ધીમી ગતિવાળી ટપાલ વ્યવસ્થાના નંબર આવતા હતા.
ખૂબ યુવા આયુ પર આ ચેમ્પિયન ટ્રોફીઓને જીતવાથી કિરણ એક પ્રસિદ્ધ સ્પોર્ટ્સ હસ્તી બની ગઈ હતી.
એણે પોતાના પ્રથમ ઓટોગ્રાફ એક યુવા છોકરીને આપતા લખ્યું હતું :
''પોતાના જીવનમાં અસાધારણ બનો.''
એને શું ખબર હતી કે, તે સતત પોતાના આ વિચારોને આવવાવાળા વર્ષોમાં ચરિતાર્થ કરતી રહેશે, જ્યારે મુકાબલા વધારે પ્રખર થતાં જશે.
પોતાના જીવનમાં અસાધારણ બનો.
-કિરણ પેશાવરિયા.

જ્યારે આ મેચોને કારણે તારે પોતાના ક્લાસ મિસ કરવા પડે છે, ત્યારે તું પોતાના અભ્યાસનો કોર્સ કેવી રીતે પૂરો કરી શકે છે?
હું યાત્રાઓમાં પોતાની સાથે પુસ્તકો લઈ જાઉં છું અને સાંજે મેચો પછી એને વાંચું છું. ત્યારે પણ હું પરીક્ષાઓમાં તૈયારીની સાથે જાઉં છું.
શું તમે ટેનિસને કારકિર્દી તરીકે રમવાનું પસંદ કરશો?
ટેનિસ તો એક પારિવારિક ખેલ છે, જેમાં ઓલ રાઉન્ડર થવું જરૂરી છે. આમતો હું સરકારમાં જવા ઇચ્છીશ.
બેટા, એકલા યાત્રાઓ કરતાં સમયે તને ભય નથી લાગતો.
ના આન્ટી! મારા ઉછેરે મને બહાદુર બનાવી છે.
દુનિયામાં તું સૌથી વધારે કોની પ્રશંસક છે?
માર્ટિન લ્યુથર કિંગ અને ઇન્દિરા ગાંધીની.
પોતાના ખાલી સમયમાં શું કરે છે?
પોતાની બહેનોની સાથે સાઈકલ પર ફરું છું અને પોતાના પ્રિય ચાટવાળાથી ગોલ-ગપ્પા લઈને ખાઉં છું.
જીવનમાં તમારું આદર્શ વાક્ય શું છે?
મારા માતા-પિતાને પોતાની કરણીથી ગૌરવાન્વિત મહેસૂસ કરાવવા.

ત્યાં દાખલો લીધા પછી કિરણ 'ફ્લાઈંગ સિખ' મિલ્ખા સિંહ અને એમની પત્ની નિર્મલથી મળી. ત્યારે મિલ્ખા સિંહ યૂનિવર્સિટીમાં ડાયરેક્ટર ઑફ સ્પોર્ટ્સ હતા.

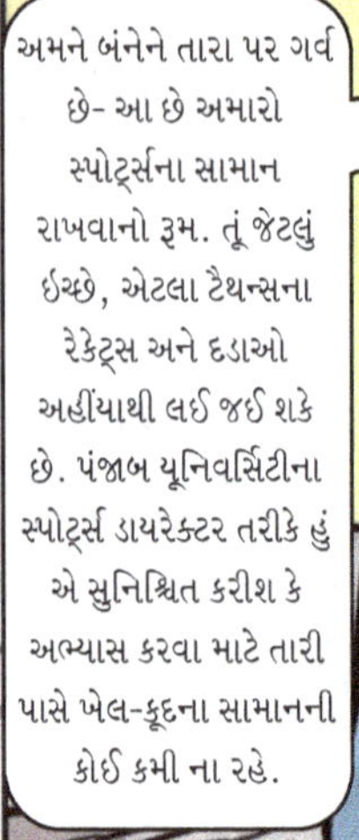

યૂનિવર્સિટીમાં કિરણ પોતાના કામમાં દત્તચિત્ત રહી. હંમેશાં શીખવા માટે તત્પર કિરણે દરેક અવસરનો ભરપૂર લાભ જ ના ઉઠાવ્યો, પરંતુ ખુદ પણ કેટલાય અવસર પેદા કર્યા- એનો દિવસ હંમેશાં પોતાની પ્રિય દુકાનથી દૂધ અને કેળાનો નાશ્તો પ્રાપ્ત કરીને પ્રારંભ થતો હતો…

પહેલીવાર કિરણ ઘરથી દૂર એક હૉસ્ટેલમાં રહી રહી હતી. ત્યાં એણે શીખ્યું કે, કેવી રીતે પોતાના સંસાધનોનો સુયોગ્ય ઉપયોગ કરવો જોઈએ. ત્યાં જ એણે શીખ્યું કે સોય-દોરાથી કેવી રીતે પોતાની સ્કર્ટને સીવે.

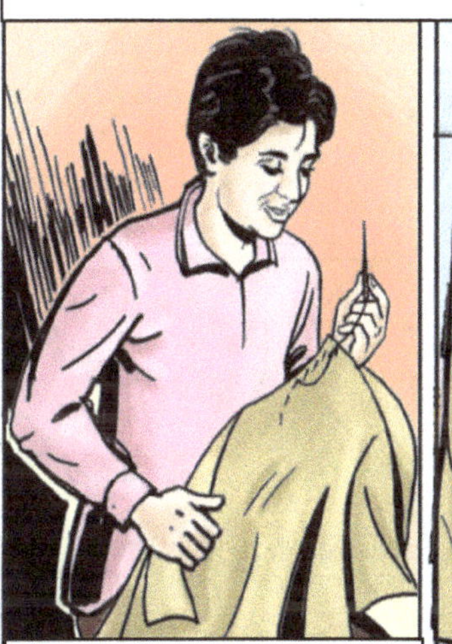

એણે કૉલેજના સમારોહોમાં પણ ખૂબ મજા કર્યા… એને આવા અવસરોનો ખૂબ જ શોખ હતો.

ક્યાંક રૂમમાં ઊંઘ ના આવી જાય, આથી તે બહાર બેસીને પોતાનો અભ્યાસ કરતી.

એથલેટિક ઈવેન્ટ્સમાં પણ ખૂબ ભાગ લેતી હતી.

બલ્કે એને દિલ્લીમાં થયેલા કૉમનવેલ્થ એક્સચેન્ડ ઑફ સ્ટૂડેન્ટ્સમાં પંજાબ યૂનિવર્સિટીનું પ્રતિનિધિત્વ પણ કર્યું હતું.

CAMPUS GIRL BAGS 'DOUBLE' IN DELHI TENNIS

Kiran Peshawaria, a student of this campus won a double crown in the Delhi Hard Court Tennis Championships held recently at the NSCI Courts from October 12—20.

In the Ladies singles, Kiran had no difficulty in putting it past Manju Gupta at 6—3, 6—4. For Kiran it was sweet revenge as she had been beaten earlier by Manju Gupta in the National Championship.

"I had gone to Delhi, determined to win the Championship", says Kiran, a regular and familiar figure on the Campus Tennis Courts. Her short hair muffled by the stiff breeze that blew across the court, a wide grin on her face, Kiran said that she was very happy that she had won.

તે અમૃતસરની પ્રથમછોકરી હતી, જે લૂના મોપેડ ચલાવતી હતી.

એક યુવા શિક્ષિકા હોવાને કારણે એણે જૂના માળખાંને બદલ્યા અને વિદ્યાર્થીઓને ખુદ પોતાના ટીચર બનવા પ્રેરિત કર્યા... એનાથી એ લોકોનો આત્મવિશ્વાસ પણ વધ્યો.

એક વાર ફરી એના વધારે પ્રશંસક થઈ ગયા... એના સાથીઓને ઉત્સાહ હતો અને એના વિદ્યાર્થી તો એને પોતાની રોલ-મૉડલ (આદર્શ-વ્યક્તિ) માનવા લાગ્યા હતા. તે એક ઑલ રાઉન્ડર હતી, જે પોતાની સિવિલ સર્વિસિસ પરીક્ષા માટે તૈયારી પણ કરી રહી હતી અને કૉલેજમાં ભણાવી પણ રહી હતી. છતાં પણ એણે ટૂર્નામેન્ટોમાં ભદ્રગ લેવાનું ક્યારેય ના છોડ્યું.

મેડમ! તમે એક સાથે બધું જ કેવી રીતે કરી લો છો.
મારી પ્રકૃતિ જ એવી છે, હું મોટી પણ એવા જ વાતાવરણમાં થઈ, જ્યાં એક સાથે કેટલાય કામ કરવામાં આવતા હતા.
મેડમ! અમે હંમેશાં તમને પાતલૂનમાં જ જોયા છે. શું ક્યારેય તમે સાડી પણ પહેરી છે?
હું મોટાભાગે બહાર રહું છું- અથવા રમતી રહું છું અથવા સાઈકલ ચલાવતી રહું છું. આવા સક્રિય જીવનમાં પાતલૂનમાં વધારે સુવિધા રહે છે. આથી અત્યાર સુધી સાડી ધારણ નથી કરી.
જો તમને વિદેશ જવાની તક મળે, તો તમે જવા ઇચ્છશો.
હરવા-ફરવા માટે જરૂર પણ, રહેવા માટે નહીં. હું તો પોતાના દેશની સેવા કરવા ઇચ્છું છું.
અમે સાંભળ્યું છે કે, તમે સિવિલ સર્વિસની પરીક્ષાની તૈયારી કરી રહી છો.
તો તમે કઈ સેવામાં જવા ઇચ્છશો? મારી પ્રથમરુચિ તો આઈ.પી.એસ. છે કેમકે, આ એ સેવા છે, જે એને તુરંત ન્યાય અપાવે છે, જેને એની જરૂર હોય છે.
તમારો આદર્શ પુરુષ કોણ છે?
તે, જે સમજી લે કે લગ્ન એક બરાબરનો સંબંધ છે.
તમારા માટે પૈસાનું કેટલું મહત્ત્વ છે?
એટલું જ કે એ જરૂરિયાત પૂરી કરી દે. વધારે પૈસાથી બીજાની મદદ કરવી જોઈએ.

23

૧૯૭૨ કિરણ માટે ખૂબ મહત્ત્વપૂર્ણ વર્ષ હતું. વર્ષની શરૂઆત એણે ફેબ્રુઆરીમાં એશિયન ટેનિસ ટાઈટલ જીતીને કરી અને માર્ચમાં એમના લગ્ન થયા. પછી જુલાઈમાં તે આઈ.પી.એસ. માં આવી ગઈ.

1. FIGHT — FIGHT — FIGHT
2. Determination — Presence of Mind — Positive Attitude
3. THAT LITTLE EXTRA
4. Concentration — Anticipation — Early Running — Early Swing — Early Position
5. Energy Like A Million Batteries
6. Yet Cool — Cool and Thoughtful
7. TAKE YOUR TIME — FOLLOW THROUGH
8. BEND — BEND — BEND
9. Relaxed Limbs
10. Stroke High For Good LENGTH
11. ALWAYS KEEP OPPONENT OUT SIDE THE BASELINE
12. PASS VERY CALMLY DOWN THE LINE OR LOB WELL
13. SERVE — THROW — SWING WELL — BODY WEIGHT — OVER THE SERVICE LINE

ALWAYS BRING A PROPER SWING — FOLLOW THROUGH
RALLY — RALLY — RALLY HIGH
AVOID THE NET — AVOID GERK
GET NEAR AND UNDER THE BALL — BEND — BEND — BENT
KEEP IN MIND THE COOL AND STROKING PICTURE OF KRISH IN MIND —
PLAY ALL COURT GAME
REMEMBER YOU YOURSELF HAVE PLAYED AND WON GREAT FINALS WHICH HAVE BEEN ACKNOWLEGED NEAR WORLDCLSS
GOOD LUCK AND MY BLESSINGS ARE WITH YOU

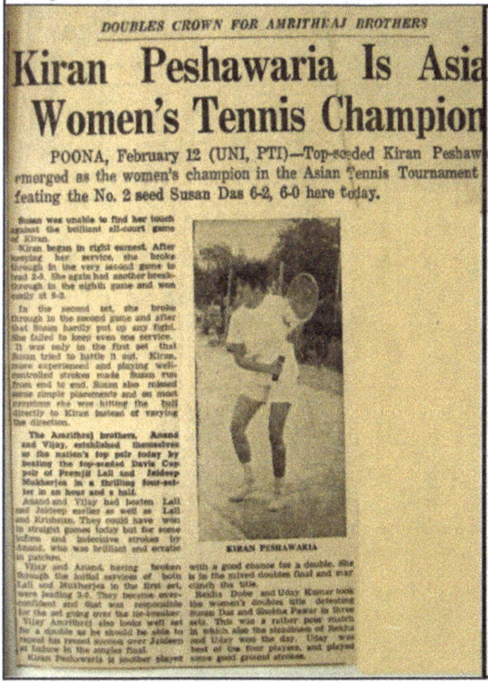

DOUBLES CROWN FOR AMRITHRAJ BROTHERS

Kiran Peshawaria Is Asia Women's Tennis Champion

POONA, February 12 (UNI, PTI)—Top-seeded Kiran Peshaw emerged as the women's champion in the Asian Tennis Tournament feating the No. 2 seed Susan Das 6-2, 6-0 here today.

Susan was unable to find her touch against the brilliant all-court game of Kiran.

Kiran began in right earnest. After keeping her service, she broke through in the very second game to lead 2-0. She again had another break-through in the eighth game and won easily at 6-2.

In the second set, she broke through in the second game and after that Susan hardly put up any fight. She failed to keep even one service. It was only in the first set that Susan tried to battle it out. Kiran, more experienced and playing well-controlled strokes made Susan run from end to end. Susan also missed some simple placements and on most occasions she was hitting the ball directly to Kiran instead of varying the direction.

The Amrithraj brothers, Anand and Vijay, established themselves as the nation's top pair today by beating the top-seeded Davis Cup pair of Premjit Lall and Jaideep Mukherjee in a thrilling four-setter in an hour and a half.

Anand and Vijay had beaten Lall and Jaideep earlier as well as Lall and Krishnan. They could have won in straight games today but for some indiscreet and indecisive strokes by Anand, who was brilliant and erratic in patches.

Vijay and Anand, having broken through the initial services of both Lall and Mukherjee in the first set, were leading 3-0. They became over-confident and that was responsible for the set going over the tie-breaker.

Vijay Amrithraj also looks well set for a double as he should be able to record his second success over Jaideem in Indore in the singles final.

Kiran Peshawaria is another player

with a good chance for a double. She is in the mixed doubles final and may clinch the title.

Rekha Dobe and Uday Kumar took the women's doubles title defeating Susan Das and Shobha Pawar in three sets. This was a rather new match in which also the stoppium of Rekha and Uday won the day. Uday was best of the four players, and played some good ground strokes.

KIRAN PESHAWARIA

જીત પછી કિરણ પોતાના પ્રસન્ન અને ગર્વ અનુભવતા પિતાની સાથે.

25

કિરણને પ્રેમમાટે પણ સમય મળ્યો - અને ટેનિસ જ બંનેને મળાવવાનું માધ્યમરહ્યું. તે વ્યક્તિ, જેણે કિરણનું દિલ જીત્યું, એક સાથી ટેનિસ પ્લેયર જ હતો, એવી સર્વિસ ક્લબનો સદસ્ય.

એક વર્ષની મેળ-મુલાકાત પછી કિરણ અને બ્રિજ માર્ચ ૧૯૭૨માં લગ્નના બંધનમાં બંધાઈ ગયા. લગ્ન એક મંદિરમાં થયા, જેમાં બંને પક્ષોએ આશીર્વાદ આપ્યા. દહેજ બિલ્કુ ના આપવામાં-લેવામાં આવ્યું. મિત્રો અને સગા-સંબંધીઓ માટે એક સંયુક્ત રિસેપ્શન આપવામાં આવ્યું, જેના ખર્ચાઓની ભાગીદારી કિરણ અને બ્રિજ બંનેએ કરી.

જુલાઈ ૧૯૭૨માં તો કિરણે ઇતિહાસ જ રચી દીધો. તે ઇન્ડિયન પોલિસ સર્વિસની અધિકારી બની અને એવું કરવાવાળી તે પ્રથમભારતીય મહિલા હતી.
કિરણ અને એના સાથીઓની ઓલ ઇન્ડિયા સિવિલ સર્વિસમાં ફાઉન્ડેશન કોર્સની ટ્રેનિંગ ચાલી. એકેડેમીમાં ઓનના મહીનાભર પછી કિરણને બોલાવવામાં આવી- એને ત્યારના કેન્દ્રીય ગૃહમંત્રીથી મળવાનું હતું.
કિરણ:
તને દિલ્લી બોલાવવામાં આવી છે. ત્યાં તારે ગૃહમંત્રીથી મળવાનું છે.
સારું, સર
કિરણે આ વિશે એકેડેમી પર પોતાના મિત્રને બતાવ્યું.
પોતાનું મન ના બદલતી. અમે તને પ્રથમઆઈ.પી.એસ. મહિલાના રુપમાં જોવા ઇચ્છીએ છીએ.
તું શું વિચારે છે.. હું એવું કરીશ.ક્યારેય નહીં.
કિરણ, તું જાણે જ છે કે, આઈ.પી.એસ.માં આપણે ક્યારેય મહિલાઓને નથી રાખી... કેમકે અહીંયા કામખૂબ જીવટનું છે. શું તું રાના પર પુનઃ વિચાર કરવા ઇચ્છીશ.
ના સર! હું તો ફક્ત ઇન્ડિયન પોલિસ સર્વિસ જ ઇચ્છું છું અને એના માટે મારી રુચિ સ્પષ્ટ તેમજ અટલ છે.
K.C. PANT

નેશનલ પોલિસ એકેડેમી, માઉન્ટ આબૂ, રાજસ્થાનમાં ટ્રેઈની તરીકે આ એની પ્રથમ તસ્વીર છે.

કેમકે, તે પ્રથમમહિલા પોલિસ ઑફિસર હતી, તો મીડિયાએ એનો ઇન્ટરવ્યૂ લીધો.

તમે ઇન્ડિયન પોલિસ સર્વિસ જ કેમ જોઇન કરવા ઇચ્છો છો, જ્યારે કે તમારી પાસે અન્ય વિકલ્પ પણ ઉપલબ્ધ છે.

મારા માટે પોલિસનું કામમતલબ એ તાકાતને પ્રાપ્ત કરવાનું, જે ખોટાને તુરંત સાચું કરી શકે, તુરંત સુધાર કરી શકે અને તુરંત ન્યાય અપાવી શકે. આ જ મારું મિશન છે.

કેમકે, તમે પ્રથમમહિલા ઑફિસર કેડેટ છો આથી તેઓ તમારા માટે નવી યૂનિફૉર્મ બનાવી રહ્યા છે.

મને એ જ માણસોવાળી ડ્રેસ પહેરવામાં કોઈ વાંધો નથી. આમપણ હું મોટાભાગે ટ્રેક પેન્ટ અને એન.સી.સી. યૂનિફૉર્મ જ પહેરતી રહી છું.

તમારા રહેવાના ક્વાર્ટર્સ ક્યાં હશે?

જેમકે ટેનિસ રમતાં સમયે ડૉર્મિટરીજથી ભાગીદારી કરતી રહી છું, તેવી જ રીતે હું હવે પોતાના વરિષ્ઠોની સાથે બેઠકોમાં પણ ભાગીદારી કરી

આઉટ ડોર ટ્રેનિંગ માટે તમારા માટે એક નવો પ્રોગ્રામડિઝાઇન કરવામાં આવી રહ્યો છે.

કેમ? એવી ટ્રેનિંગ તો ચુસ્ત અને દુરસ્ત રહેવા માટે હું હંમેશાં કરતી રહી છું, જ્યારે ટેનિસના પ્રતિસ્પર્ધાત્મક મુકાબલાઓમાં ભાગ લેતી

28

કિરણ પોતાના પતિ બ્રિજ બેદીની સાથે એકેડેમીમાં

INDIAN GIRLS BEAT SRI LANKA

COLOMBO, Aug 28.—India swept to an unbeatable 3-0 lead on the opening day of their inaugural women's tennis tie against Sri Lanka here yesterday, says PTI.

Indian women won both singles matches and the doubles event in straight sets.

Mrs Kiran Bedi began the spell of success for India when she defeated Miss Mala Fernando 6-2, 6-4.

Mrs Bedi carried far too many strokes and power for the local girl who got closest to challenging the Indian girl in second set when she pulled up to 4-5 after being down 1-4.

Miss Udaya Kumar then defeated Miss Srima Abeygoonawardena 8-6, 6-2.

In the doubles the attacking combination of Mrs Susan Das and Miss Udaya Kumar whipped the Sri Lanka pair Mrs Wendy Molligoda and Oosha Chanmugam 6-3, 6-1 in 35 minutes.

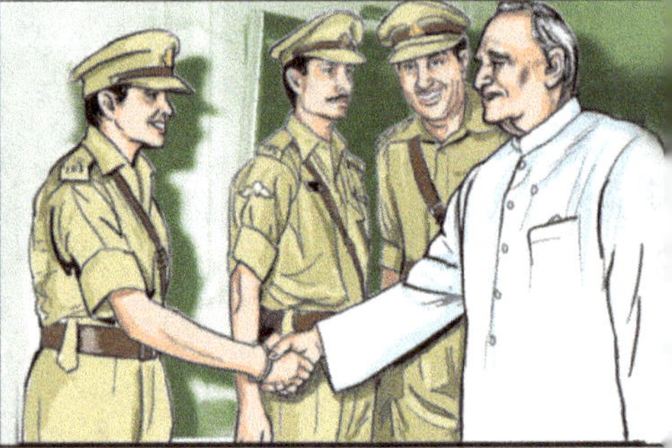

ટ્રેનિંગ પછી કિરણ દિલ્લી પોલિસમાં સામેલ થઈ અને એમને ૨૬ જાન્યુઆરી, ૧૯૭૫ ગણતંત્ર દિવસની પરેડમાં દિલ્લી પોલિસની ટુકડીના નેતૃત્વની તક મળી.

પરેડ પછી કિરણને હૃદયે લગાવતી એમની ગર્વ અનુભવતી માતા.

સપ્ટેમ્બર ૧૯૭૫માં કિરણ એક સુંદર કન્યાની માતા બની ગઈ.

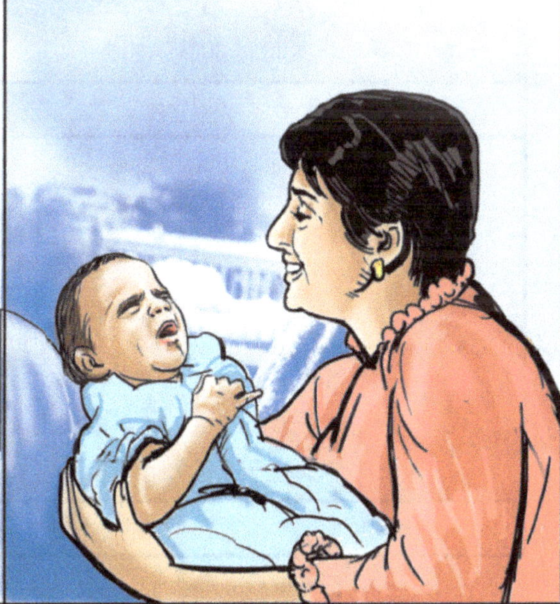

This is not actual copy
This is not actual copy
DELHI PRISONS
This is not actual copy
This is not actual copy
This is not actual copy